Naglalakbay din ang Aking mga Tula sa Mundo ng Kariktan

(Tampok ang Dalawang Koleksyon ng mga Tula)

John Harold O. Francisco

Ukiyoto Publishing

All global publishing rights are held by

Ukiyoto Publishing

Published in 2025

Content Copyright © John Harold O. Francisco

ISBN 9789370090484

All rights reserved.

No part of this publication may be reproduced, transmitted, or stored in a retrieval system, in any form by any means, electronic, mechanical, photocopying, recording or otherwise, without the prior permission of the publisher.

The moral rights of the author have been asserted.

This is a work of fiction. Names, characters, businesses, places, events, locales, and incidents are either the products of the author's imagination or used in a fictitious manner. Any resemblance to actual persons, living or dead, or actual events is purely coincidental.

This book is sold subject to the condition that it shall not by way of trade or otherwise, be lent, resold, hired out or otherwise circulated, without the publisher's prior consent, in any form of binding or cover other than that in which it is published.

www.ukiyoto.com

Dedication

I just want to dedicate this poetry book to our Dearest Lord Jesus, my Lord and Saviour,

Who is the source of my strength and wisdom. He is my everything.

To Him be Highest Glory, Honor, Worship, Majesty and Praise.

I would also gladly dedicate this poetry book to our beloved parents in the Lord, our honorable Evangelist/ Pastor Wilde E. Almeda, the Man of God, beloved honorable Assistant Pastor Lina C. Almeda and to the beloved Almeda's Children for all the untiring prayers, countless fastings and teachings.

Lastly, I joyfully dedicate this poetry book to my beloved family, my beloved parents, my beloved sister Khea, relatives, beloved JMCIM brethren, to the whole DepEd Zamboanga City Schools Division, friends, fellow teachers, my dear students and to all our readers.

This book is for everyone!

Contents

Pusikit na Karimlan	1
Ang Kuwentuhan ng mga Dilag sa Kakahuyan	2
Ang Nag-aapoy na Langit sa Dakong Dalampasigan	4
Ang Bayan ng mga Magsasaka	5
Ang Tinikling sa Luntiang Bukid	6
Ang Malungkot na Musika ng Isang Bulag	8
Ang Pagbabalik ng Mangingisda	9
Ang Kabayong Naligaw sa Maisan	11
Ang Ibong Gala	12
Ang Paglisan Tuwing Dapit-hapon	14
Ang Pamimitas ng mga Mangga sa Kakahuyan	15
Sa Bintana ng Bus	16
Pasanaya	17
Ang Masayang Pananghalian	18
Anihan ng Gintong Biyaya	19
Ulan	20
Ode para sa Munting Ilog	21
Sa Kanlungan ng Mahal Kong Nayon	22
Kuhuging Nagbabalat-kayo sa Gulod na Walang Damo	23
Ang Ulan sa Kabundukan	25
"Ang Guryon ng Batang Pipi at Iba pang Tula"	26
Sa Sulok ng Yungib	27
Awit ng Digma	29
Ang Guryon ng Batang Pipi	30
Ang Tunay na Pinilakang Tabing	31
Baganing Nakatunghay:	32
Pagpupugay ng Marikit na Silahis	32
Ang Pinakamalungkot na Sayaw	33

Kapayapaan sa Sarili	34
Bagong Simula	35
Ang Pagsilip ng Tagsibol	37
Musika	38
Ang Kinatatakutang Roma	39
Ang Naglalahong Paaralan	40
Sa Pagitan ng Panulat at Alaala	41
Lakad	42
Kuwago	43
May Asul at Puti sa Sulok	44
Traffic	45
About the Author	***46***

Pusikit na Karimlan

Dalawang nakangiting magsing-irog,
Nagkatagpo sa katahimikan nang umaagos na ilog,
Ibig nilang huwag gambalain ang mga kaluluwang natutulog
Na si katahimikan ang pumuna sa damdaming sumasabog.

Marikit ang mga paniki at uwak sa mga matatayog na puno,
Nariyan din ang mga kulisap sa damuhan na may
Kaniya-kaniyang tunog.
Isang musika sa kagubatang iniibig ng mga tengang
Nakaririnig,
Pag-agos ng ilog sa katahimikan
Ay umuusig.

Ang mapayapang gabi ng pusikit na karimlan,
Sa bayang nagbunyi sa maagang diwa ng pagkasilang,
Isang matayog na bantayog sa lupang aking tinubuuan,
Kailan ko kaya ito muling masisilayan?

Ito'y hindi isang hayagang pagdaing ng pusong may salamin,
Ito'y hindi paglaban sa pagbabagong patuloy na sumisilip.

Nawa ang magsing-irog na yaon ay pagtatatgpuing muli,
Upang ang pag-iibigan nila'y umusli hanggang sa huli.

Ang Kuwentuhan ng mga Dilag sa Kakahuyan

Tatlong dilag na nagkukuwentuhan,
Sa gitna ng maalamat na kakahuyan.
Kuwentong pag-ibig ang kanilang usapan -
Hinggil sa panunuyo ng mga kabinataan.

Ngunit isa lamang ang kanilang natanto,
Kailangang patunayan ng mga makikisig
Na sila ay karapat-dapat.

Nariyan sa kanilang tabi ang mga prutas
Na ang katas ay kulay lunti -
Nariyan ang mga punong pinatayog ng
Lupang marahang nakikinig -
At narito ang pumipihit na hanging ligaw
Habang ibinabayo sa kapayapaan ang
Mabining halakhak ng mga birhen.

Ano pa't sila'y kariktan sa bumabayong na
Mga araw at gabi sa lupain payapa.

Ngunit patuloy ang kulingling ng kanilang
Mga himig sa kanilang malulutong na halakhak,
Inaabot nito ang kanilang mga nakalutang na
Pangarap.

Natatarok nilang sila'y tunay na iniibig ng
Mga pangahas,

At ngayo'y hinihintay na lamang nila ang
Kundimang bibihag sa kanilang damdamin.

Ang Nag-aapoy na Langit sa Dakong Dalampasigan

Nasisipat ko ang islang naroroon sa malayo,
Sa dakong yaon nananahan ang aking kabataan.
Nasisipat ko rin ang mga puno ng niyog na matatayog -
Kailanma'y naging kaibigan nila ang tubig alat na sagana.

Nasisipat ko rin ang pulbong buhangin,
Animo'y giniling nang saksing panahon -
Nasisipat ko rin ang mga mangingisdang naghahanda na
Sa pagpalaot,
Mangangatwiran sa kanilang diwa ang pangungulila,
Nasisipat ko rin ang mga kubong pinanday ng mga
Kayumangging malalakas -
Sila'y sagisag ng payak ngunit masayang tahanan.

Nasipat ko ang ang nag-aapoy na langit,
Ang karimlan na sa dagat ay umuusig,

Habang dahan-dahang kinakain ng dilim sa dapit-hapon
Ang dagat ng karimlan sa paborito kong dalampasigan.

Ang Bayan ng mga Magsasaka

Sa bukid kung saan ang lahat ay nagbabanat ng buto,
Umaaray ang bumabaluktot na mga likod.
Kumakapal ang magagaspang nilang kamay
Na pinatigas ng pag-uuma.
Sa araw ay tila buong pagpakumbabang nananalangin
Ang mga tulyapis at itinanim na palay,
Lalo na kung binibihisan na ang mga ito ng gintong kulay.
Batak rin sa kasipagan ang mga kalabaw na matigas,
Maging ang mga kabayong tumatakbo -
Narito rin ang mga manok at bakang naghahain ng biyaya.
Lubos na pinagpala ang bayan ng magsasaka-
Ang diwa ng pagbabayanihan -
Ang pagiging siksik sa kasaganahan,
Ang awit ng pasasalamat ng bawat manggagawang
Patuloy na nakikipagsapalaran sa buhay probinsya.

Ang Tinikling sa Luntiang Bukid

Nais kong balikan ang mga sinaunang gawi,
Kung saan ang simoy ng anihan ay simoy ng pagpapala,
Kung saan ang luntiang bukid kung minsan
Ay may pag-uumpukan-

Ng mga indiyong kahit pansamantala'y ninais na makalimot,
Nagbihis na ang isang dilag na mabini,
Na ang halakhak ay hinalaw sa matinis na tunog ng mga pepit.

Narito't handa na rin ang isang binatang makisig ang tindig,
Magiliw na nagpaanyaya sa dilag niyang iniibig.
Sa simula'y nagkahiyaan pa ang dalawa,
Hindi perpekto ang sayaw na inabala,
Ngunit panay ang hagikhik ng mga tagapanood -

Sa isang kasiyahang kawayan ang ibinida.
Sila'y lumukso, lumundag,
Lumukso ulit,
At muling lumundag.
Masaya sila sa kanilang sayaw,
Isang pagbubukas ng lihim na pagtingin

Nang dalawang mananayaw na sa iniirog
Ay may ipinakitang pag-akit -

Tuloy ang masiglang tugtog ng gitarang magiliw,
Umiindayog ang harmonikang makaluma ang tunog.
Masaya ang lahat ng kaluluwang nakibahagi sa pagtitipon,
Lalo na sa sayaw ng tinikling sa luntiang bukid.

Ang Malungkot na Musika ng Isang Bulag

Tangan niya ang kaniyang lumang gitara -
May sariwang mga luha sa kaniyang mapanglaw na mukha.
Animo'y may idinadaing na sugat ng kahapon,
Maging ang kaniyang anak na lalake, sa kaniya ang tuon.

Handog niya ang luksa ng awit sa irog na pumanaw,
Mga ritmong paulit-ulit na inuusal, malayang pinalalakbay -
Upang sariwain ang pagdili-dili sa kahapong naligaw,
Upang sulitin ang bawat dumadalamhating nota ng pagdamay.

Kadiliman man ang bumabalot sa walang hanggan niyang karimlan,
Isang daigdig na pansamantalang itinago, ikinubli, ipinagkait.
Ngunit taimtim ang pakikinig ng anak na nagdadalamhati magpakailanman -
Pagkat lagi niyang napariringgan ang nakintal na awit ng kalungkutan.

Patuloy siyang aawit sa gitna ng walang hanggang kadiliman,
Isang uri ng kadilimang maging ang silahis ng araw ay marahang tinakpan.
Ngunit sa dapit-hapon ng kaniyang buhay ay may kakatuwang hiling,
Nawa ay madadala niya ang kaniyang gitara, sa langit ay babaunin.

Ang Pagbabalik ng Mangingisda

Kumakandili sa aking diwa ang dagat na mayaman -
Mahal ko ang simoy ng hanging malaya:
Ang pagaspas ng mga masisiglang ibong dagat,
Ang bughaw na tubig,
Ang mga pangahas na isda mula sa kailaliman.

Lalong hindi ko inaalintana ang kaniyang simula't hangganan,
Pagkat siya'y aking minamahal.
Narito na't ako ay magbabalik sa tahanang nakausli -
Sa kinaroroonan ng mapuring dalampasigan.
Sisipatin ako ang nakabaong mga kayamanan dito,
Mga kayamanang pinaalat ng bumabalong na panahon.

Magbabalik na ako sa aking kabiyak -
Sa aking mga minamahal na punla,
At sila'y aking yayakapain ng pagkahigpit-higpit,
Na parang huling sandali na nang matulin kong buhay.
Hindi na ako maliligaw pang muli sa mundo ng pangungulila.

Narito't tangan ko na ang aking mga gantimpala,
Mga makukulay na isdang maalat at saganang lamang dagat,
Inani mula sa mapagbigay at mapagbiyayang kalikasan —

Kikita, magkakapera, makakakain sa itinakdang oras.
Hindi kami tunay na salat at lalong hindi ako sinungaling

Kapag sinabi kong hindi kami nagkukulang,
Pagkat buhay ko ang dagat na malawak
At syang aking magiging libingan sa hinaharap.

Ang Kabayong Naligaw sa Maisan

Pumaroon ito sa luntiang maisan
Upang kumain ng mga sariwang dahon.
Sa isang iglap ay narinig nito ang mabangis na tunog
Na pumunit sa katahimikan ng tanghali.
Ito ay nabahala,
Humahalinghing sa pagyakap ng takot -
Ngayo'y hinanap nito ang daan tungo sa kaligtasan,
Ngunit walang daan ang maaninag,
Sa isang banda'y nasipat nito ang anyo ng isang tao,
Isang mangangasong nahumaling rito -
Pinilit nitong tumakbo,
Sumuot sa mga nagtataasang tanim ng mais,
Sinipat nitong muli ang anyo ng kaniyang kamatayan,
Ang gatilyo ay nakatutok sa direksyon nito,
Takot ito sa ingay na nililikha nito,
Ang ingay na minsa'y narinig na nito,
Ang bagay na kumitil sa buhay ng mga kauri nito.
Pumunit ang malakas na tunog,
Ito ay sumigaw,
At binalot ang paningin nito sa kadilimang
Hindi na kailanman liliwanag pa -
Ang naturang nilalang ay payapa na.

Ang Ibong Gala

ibong gala saan ka paroroon?
huwag mong hayaang iligaw ka nang
sumasamyong hangin pakanluran,
huwag mong hayaang lunurin ka ng mga
naglalakihang alon sa humahalakhak na dagat,
huwag mong hayaang maligaw ka sa iyong walang
kasiguraduhang paglalakbay.

batid kong naaalala mo pa ang pinag-iwanang pugad
sa malututong na sanga sa dakong Silangan.

ang dakong pinagpala sa sikat ng araw.
malugod mong inantay ang pagbabalik ng iyong ina na
may bulateng nakaipit sa kaniyang matalas na tuka ng
tanghaling yaon,
narinig mo ang isang kakilakilabot na tunog,
tunog na parang kulog na pumunit sa katahimikan ng
tanghaling tapat-

At siya'y hindi na nga nakabalik pa,
Hindi mo na kailan man narinig ang kaniyang malambing
na huni, ni gumawang sumilong pa sa lilim ng kaniyang
mga pakpak.
Labis kang nangulila sa matapat niyang kanlungan,
Sa kaniyang mapagpalang huni na tila ba musikang

nakabibighani,

Musikang hindi lamang ikaw ang nagbigay pansin kundi
sinabayan rin ng mga tunog ni Inang kalikasan,
Mga tunog ng iba pang humihinga sa paligid.

Kaysarap balikan ng mga gunitang lumubog na sa iyong
pagdili-dili, natuto kang lumipad ng mag-isa,
Walang patnubay ang sa iyo'y inihain ninuman,

Kasabay ng iyong paglipad ang isang namumuong pangamba,
Ang panaghoy ng pag-aalinlangan, ang tanging katanungan na
kailangang bigyan ng tapat na kasagutan,

Saan ka paroroon oh ibon kong gala?

Ang Paglisan Tuwing Dapit-hapon

Ang gintong araw ay nagkukubli na
sa mga bagay na nilikha -
Oras ng mamahinga ang lahat mula sa
maghapong kapaguran.
Nag-aapoy ang kahel na langit sa bukirin -
Walang sawa itong sinasamba
ang matayog na bundok Arayat.
Nahahapo na rin sa pagod ang masipag
At matatag na nilalang sa maghapong
Pag-aararo,
At sa huling pagkakataon ay aakayin niya
Sa likod ang bigat ng magsing-irog.
Kaligayan nila ang isa't-isa -
Kasing rikit ng nag-aapoy na langit ang
Magkabuhol nilang pananaw sa mundo
Ng pag-ibig.
At tulad ng pamamaalam ng liwanag sa
Karimlan ay malaya nilang lilisanin
Ang bukirin-
Ang pagsipat sa kanilang isinasagawang
Paglisan tuwing dapit-hapon,
Sila'y tunay na maligaya.

Ang Pamimitas ng mga Mangga sa Kakahuyan

I.

matamis ang mga biyaya mula sa kakahuyan,
ang mga tunay na pinagpala ay namitas ng kayamanan
naka baro't saya kanilang kasuotan
mga malalaking basket laging nakaatang -

II.

tanaw ang malaking ilog sa di kalayuan,
inagos ang mga pagdili-dili patungo sa walang hanggan,
ang balsa'y yari sa kahoy, handa ng masakyan,
buong tapang na mamamangka, igagapang ang kabuhayan.

III.

hindi natin kayang bilanggin ang biyaya ng sansinukuban,
at nagagalak pa rin akong manahan sa bayang kinalakhan,
isang dako ng pinagpalang lahi kayumanggi ang larawan,
ito ang larawan ng pamimitas ng mga mangga sa kakahuyan.

Sa Bintana ng Bus

Sa bintana ng bus ko natanaw ang nagngingitngit
Na langit, na tila nakahandang pinarurusahan ang mga
Malalambot na ulap, dahilan upang ito ay lumuha
Nang bahagya.
Nasipat ko rin ang mga patak ng ulan na
Naglalaro sa kuwadradong salamin ng bus,
Tila nagpupumiglas ang maliliit na butil at nais
Pumasok sa bintana ng aking luklukan,
Nasipat ko rin ang mga naglalahong bundok
At mga burol sa di kalayuan na ikinubli ng
Sumasalakay na hamog,
Sa bintana ring yaon ay nasipat ko ang mga
Biyayang ipinagkaloob ng itaas sa aking lungsod
Na ang kaibigan ay kalikasan.
Nawa'y tumila na ang ulan sa aking pag-uwi,
Mahabag nawa sa mga nilalang ang maamong langit.

Pasanaya

May munting pasanaya ang naluluhang langit
Sa mga makatang nagsusulat ng Dalit.

Ibulong nawa sa hangin ang tulang may impit,
Tulang hindi hinabi sa mahabang hibla ng galit.

May munting pasanaya ang tigang na lupa
Sa mga musikerong laging kalong ang gitara
Ibulong nawa sa lupa ang marubdob na musika,
Musikang hindi dahil sa pagkasawi, kundi sa ligaya.

May munting pasanaya ang nabahirang dagat
Sa mga mangingisdang nabuhay sa katas ng alat,
Ibulong nawa sa dagat ang mga istoryang nasipat
Ng mga natunghayang pangyayari ng lumang lambat.

Ang Masayang Pananghalian

at habang abala ang lahat sa pagtatanim sa bukirin
ay may apat na kaluluwang piniling maligaw sa lilim
ng isang matayog na punong daang taon na ang tanda -

isang musmos na naatim pakinggan
ang mga kuwento ng pakikipagsapalaran ng isang matandang
sinasariwa ang kadakilaan ng kaniyang nakaraan -

ang isa'y nagluluto sa kahel na palayok ng sinabawang gulay,
mga gulay na kapipitas lamang sa kaniyang bakuran -

ngunit ang syang pinakamasaya sa lahat ay ang batang ina na
hindi nagawang ikubli ang mga mahinhing ngiti mula sa
mga kaluluwang nasa paligid,

pagkat ang kaniyang kasiyahan ay nananahan sa kaniyang
totoong yaman,
ang kanlungan ng kaniyang payak na pamilya-
lumisan man ang kaniyang kabiyak patungong mundong ibabaw-

siya'y di tunay na nalulumbay,
siya'y nakadama ng kapanghingan at yaon ang larawan ng isang
tunay na maligaya –
yaon ang larawan ng isang masayang panghalian.

Anihan ng Gintong Biyaya

Ang bukiri'y waring gintong
Laylayan na hinabi ng mga
Katawang pagod at matiyaga
Sa pag-uuma.
Abala ang lahat sa anihan ng
Gintong biyaya,
Ang kalakasan ng karamihan
Ay naroroon sa mga mumunting
Butil na pinahalagahan at
Iningatan nang mga kamay
Na may sugat.
Pinatatag ang kasabikan nang
Mahabang panahon ng
Paghihintay,
Kaya sa kung anong dahilan,
Lahat ay mabilis at masigasig
Sa pagtatabas ng buong giting,
Lahat ay matikas sa kilos,
Lahat ay may mabuting hangarin,
Lahat ay nakangiti.
At habang pinagmamasdan ko
Ang gintong pangyayaring yaon,
Nasabi ko sa aking sarili-
Ito nga ay pinagpalang bayan ng
Panginoon.

Ulan

Oh kaibigang ulan,
Huwag ka nawang manahan.
Ikaw naman ay nagising
Mula sa iyong pagkakahimbing.
Iyong bininyagan mga bagay na
Asul at luntian,
Iyong hinugasan ang lupaing
Tinatapakan.
Ito ay pagdiriwang sa mga
Munting palaboy,
Kanilang pagtatampisaw ay
Malayang panaghoy.
Kay raming alaala ang iyong
Ibinabalik-
Mga nakaraang pagtatampisaw
At musikang pinunit.
Kulog at kidlat ay kapuwa nagbanta,
Oras ng umuwi, lilisanin
Ang paglaya.
Manahan sa tahanan at
Matulog nang mahimbing,
Ginaw ay maiibsan,
Sa tahanang may
Pagmamahal.

Ode para sa Munting Ilog

munting ilog nawa'y huwag kang matutuyo kailanman,
ang mga kayamanan sa loob ng gubat ay sa iyo lamang naninibugho-
ang pagkislap mo'y mas pinatingkad ng nakatunghay na araw sa
himpapawid, kumikindat-kindat, nang-uusig, nang-aakit -
ang kanlungan mo'y ginhawa para sa mga napadpad,
sa mga naliligaw at sa mga nagawi -
walang puwang ang pagkauhaw sa iyong kalinga,
biyaya ka, isang munting langit sa gitna ng kawalan.
huwag ka sanang magambala ng mga paparating na panganib,
kariktan mo nawa ay huwag mabawasan, babalikan kita,
pagkat ika'y ilog ng aking kamusmusan.

Sa Kanlungan ng Mahal Kong Nayon

Sa kanlungan ng nayon
bulaklak ay humahalimuyak,
mga kulisap ay tumatalak,
paghinto'y hindi binalak -

Sa kanlungan ng nayon bukiri'y masigla,
nanghihikayat ng mga punla,
ikinabubuhay ay pagsaka,
panlaman sa naiinip na sikmura -

Sa kanlungan ng nayon kabihasna'y
pumipiglas -
Kabuhaya'y payak, pagkai'y pinipitas.
mga tao'y nakangiti sa estrangherong
kumakaripas,

Sa paligsahan sa pagtakbo, Aruy!
tsinelas ay napitas.

Mga binti'y hindi matikas
ng estrangherong nagmula sa siyudad.

Umuwing talunan,
Paligid ay naghalakhakan.

Kuhuging Nagbabalat-kayo sa Gulod na Walang Damo

kamatayan sa putikang gulod
ang nakahimlay sa walang hangganan -

walang makagagapi sa katahimikan
ng paligid na hinilom ng kasaysayan.

tumarak sa putik ang dugong
hinanap ng liwanag sa nagdumaling
panahon.

pawang bangkay na nakahimlay
Sa lupa ang ng naglipanang mga
batong humalik sa namamawis na lupa;

naghihintay na may magdarakila,
biyayang ikaaampat sa lupang tigang
ng digmaang lumaon;

paghamak sa simpatya ng kasalukuyan,
hayot uungkatin ang mga lihim-

hayot papanagutin ng kaluluwang
nanahimik ang mga kinapopootan
nitong mga masiba.

matulis ang talim ng kanyang mga
pananalitang nakapandudurog,

magagapi nang maligalig na isip,
mga kuhuging nagbabalat-kayo sa
simpatya ng ibang nagala roon,

pagkat hindi na muling masisilayan
pa sa gulod na ito ang kulay ng mga
luntiang nilalang

tanging ang naglalahong mutya
sa gabing malamig ang mababantog
sa mga alamat ng hinaharap,

isang kaluluwang kapiraso nang marahas
na gulod sa bayang

hindi masisipat ang anino ng
katangi-tanging pagmamakaawa.

Ang Ulan sa Kabundukan

Napapalibutan na naman
ng hamog ang paligid,
kay lamig sa kanlungan
ng hanging umiihip at
sumisipol sa mga espasyo
at sulok ng naglalahong gubat

lumilikha ng tunog ang
mga puno sa pista ng mga
nalalagas na dahon.

umuulan nang napakalakas,
bininyagan ang lupang
natuyo -

kung mayroon man
akong tanging naiisip sa
mga pagkakataong ito,
dito sa dakong payapa,

ikaw iyon...

Ikalawang Koleksyon

"Ang Guryon ng Batang Pipi at Iba pang Tula"

Sa koleksyong ito ng mga tula, madarama ang pagtatangka ng makata na mailarawan sa pamamagitan ng mga imahen na nakapaloob sa bawat panulat ang mismong anyo ng "buhay". Matimpi, maingat at kung minsa'y mahiwaga ang anyo ng pagkakasulat ng mga tulang nakapaloob dito. Kadalasa'y malungkot ang temang ipinamalas kung kaya't kakikitaan ng mga bahid ng kahinaan, kalungkutan, kalumbayan o pagtatiyaga ang ilang hibla ng bawat panulat bilang isang payak na sining na may kariktan. Ang koleksyong ito'y kinakasangkapan rin ng mga pilosopiya, paniniwala at simbolismong maaaring hinalaw ng makata sa kaniyang mga personal na danas at karanasan. Gayunpaman, lubos pa ring ipinagmamalaki ng makata ang pagkakabuo ng koleksyong ito na binubuo ng 17 tula. Nawa'y maging makabuluhan ang inyong pagbabasa.

John Harold O. Francisco

Makata

Sa Sulok ng Yungib

(Tulang halaw sa sanaysay na isinulat ni Plato na pinamagatang **"Ang Alegorya ng Yungib)**

Pagmasdan ninyo ang mga taong nasa loob ng yungib,
Sila'y uhaw sa kalayaang mailap,
Sila'y nakaposas sa gitna ng kadiliman,
Sila'y takot sa apo'y na nagliliyab.
Laging umaalingawngaw, Laging nag-uumapaw,
Na may isang sigaw,
"Nasilayan ko ang kalungkutang pumapaimbabaw!"

Mga taong dumadaan sa dingding na walang pinta.
Mga taong ang dala'y larawan ng mga hayop na nilikha.
Mga taong may kakaibang anyo at mukha,
"Oo nga , tunay nga!"

Ano ba ang tamang daan at katotohanan?
Pagninilaynilay at kaugalian?
Mga anyo kaya ng kabanalan?
Pagpapatuloy sa kasalanan?
O lahat nalang?

Isang pilosopiyang nakaayon sa liwanag,
Isang pag-uugnay sa kahapon at hinaharap -
Isang pagtuturong may kinalaman ang kaisipan,

Kaisipang konektado sa ating kapaligiran,
Na sumasangguni sa karunungan magpakailanman,

"Dapat itangi!"
"Oo, tunay na likas!"

Awit ng Digma

Ang digmang batid ko ay hindi syang
Ipinasiya ng lipunang sira,
Hindi rin mula sa huni ng mga umaalulong
Na bomba't baril na hinimok sa galit at
Isinigaw sa ngalan ng paghihiganti -
Ang digmang ito ay nasa dakong kaluluwa,
Sa naglalabang kapasyahan ng isip,
O kaya'y sa hindi malinaw na bulong ng puso -
Ang digmang ito ay nasa gitna ng utak
Na hatid ay walang hanggang pangamba
Sa sinomang mabibitag-
Kaya yakapin ang kapayapaan,
Hindi lamang sa kapuwa tao, kundi
Sa kaibuturan ng ikinukubling kaluluwa.

Ang Guryon ng Batang Pipi

Balot siya nang katahimikan -
Walang binibigkas na salita.
Pipi na siya simula pagkasilang,
Walang syang espesyal na awitin
Ngunit siya ay may mensahe.

Hindi sa senyas ng magagaspang niyang
kamay na hinulma ng paghahanap-buhay
At sa ipinipintang emosyon ng mga nangungusap
Na mata, mababatid ang kaniyang hinaing,
Ipininta niya ito sa guryong nilikha ng butihin
niyang ama, ipininta niya ang duradong pebo,
Ang mga punong matatag sa masukal na gubat
At ang kariktan ng mga rosas sa payak nitong kulay.

At doon nga'y natanto ko ang ibig niyang iparating,
Ating pahalagahan ang mga bagay na nakalatag sa
malawak na katawan ng sansinukuban.

Pumaitaas pa ang kaniyang guryon,
Umabot ito hanggang sa mga malambot na ulap,
Mas mataas pa ang lipad kesa sa mga ibong gala,
Ito'y nakipagsapalaran sa malayang hangin.

Ang Tunay na Pinilakang Tabing

Ang buhay ay isang misteryong pilit
Na binabagtas ng sinumang nabubuhay -
Ito'y isang dramang nagpapakita ng temang
Makulay, matingkad, madilim,
Lungkot at saya'y naglalaban sa isang eksena,
Sa isang panahon, sa isang pagkakataon -
Ang buhay ay pag-arte sa mga kabiguan,
Kasiyahan o kasawian,
At habang hindi pa nagsasara ang itinaling
Tabing sa likod ng entabladong de tabla -
Tuloy sa pagsagawa ng mga iksena,
Tuloy sa pag-usal ng mga dalangin,
Tuloy sa malayang pangarap -
Isang natatanging karakter
Sa isang pambihirang buhay,
Ituloy ang eksena bago
Pa man ang tabing ay tuluyang magsara,
Bago pa man masambit ng bibig ang huling
Malungkot na linya-
-The End-

Baganing Nakatunghay:
Pagpupugay ng Marikit na Silahis

Bagani ng panahon,
Sa karikta'y malaon–
Silahis sa liwayway,
Ang bati ay papugay.

Ang Pinakamalungkot na Sayaw

kalakip ng mga luha ay
ang matatamis na halakhak.
doon sa lihim ng isang silid ng walang
kulay nabuo ang aking panaghoy.

doon ri'y kakikitaan ang isang
letratong nakakahon sa isang parisukat -
oh ito nga'y kay layong alaala.

biglang ang mga paa ko'y mahinhing
humakbang, sa tunog ng musikang
malambing, at mga kamay ay kumandili
sa hanging pusikit-
mag-isa sa sayaw ng buhay,
sa panaghoy,
sa mahihinhing hakbang
sa gitna ng makamundong kaguluhan.

pikit mata kong tinapos ang pinakamalungkot
na sayaw at nagsilbing gabay ko ang pinakamalungkot
na tugtugin mula sa lumang plakang aking kinalakihan.

baliw sa kabiguan.

Kapayapaan sa Sarili

hindi ko mawari kung ano-ano na ang
mga natuklasan ko sa aking buhay,
mga mahihinahong sandali ngunit
hindi namamayagpag ang mailap na
kapayapaan.

hanggang kailan ako susukatin ng mga
pighati at bukod tanging suliranin -
kailan kaya mabibigyan ng puwang ang
pinakaaasam kong kapahingahan.

hindi na marahil ngingiti ang duradong pebo
sa aking karimlan, ni huhuni man ang malalayang
ibon sa kanilang matatamis na musika,
ano pa't lagi akong nagkakulong sa kalugmukan
ng nagdidilim kong buhay.

hindi ko na kailanman maitatago ang mga butil
ng luha na babalong sa aking malambot na pisngi.
naglaho na ang tinig kong sisindak sa katahimikan
ng mapanglaw na gabi,
pagkat ang aking tinig ang syang pumunit sa
malagim kong nakaraan.

Nawa'y matagpuan ko na ang sarili kong kapayapaan.

Bagong Simula

Isang simula na dulot
sa akin ay kasabikan sa
maraming bagay -

Halina't umpisahan natin
ang isang di pangkaraniwang
paglalakbay.

Lakbay sa walang katiyakang buhay
na may bahaging madilim at maliwanag.

Makipagsapalaran ng may
panibagong lakas,
aabante na may pantas
na pag-iisip.

Dahil hindi ako kailanman matitinag
ng mga naglipanang mapanghusga,
ni malilipol man ng mga sagabal
at pagsubok.

Ako'y pinatibay na ng mga panahong
nagdaan -
ang bersyong ito ng aking sarili
ay umangat na,

Ang wangis ko'y imahen ng isang
bagong simula,

Ako'y tiyak na uusad...

Ang Pagsilip ng Tagsibol

lahat sa paligid ay masigla na,
umaliwalas,
ang mga punong-kahoy ay
nagsimula ng mamunga,
mga sariwang kulay ay
nakapinta – ang mga bulaklak
ay kumalat at naglipana.

sumilip na nga ang tagsibol,
naging mainam ang kaniyang hatol,
luntian na ang mga burol,
mga bunga sa paligid ay nagkakabuhol.

tila isang ganap na pagdiriwang
sa bundok, gubat at parang.

paligid ay umalinsangan
magsisimula na ang isang payak
na kapanahunan.

sisigla na ang lahat.

Musika

musika'y aking dadalhin,
ibubulong sa simoy ng hangin –
sakit ay pilit susupilin,
mga alaala nati'y bibitbitin,

musika'y handog ko sa ilalim
ng mga tala,
katabi ang isang malikot na
kunehong nagala,

ngayo'y sa musika ang aking
buong tiwala -
sa piling ng musika,
mga luha ko'y malaya.

Ang Kinatatakutang Roma

dahas at kapighatian ang kanilang sumpa,
sa bayang di pinalad na masikatan ng
malamlam araw, ni mahamugan man
ng matampuhing ulan –
sila'y kinapopootan sa bawat sulok ng
sansinukuban at nasa himlayan nila
ang duradong pebo.
sila'y paparating na na may ungol ng
kilabot mula sa kung saan –
sila'y uhaw sa dugo ng ng mga hindi
nila kauri, at kanilang ginagawang
alipin ang mga lahing di pinagpala.
ang kinatatakutang Roma, kailan ka
babagsak sa walang hanggang kasawian?
nawa'y tumamlay ang iyong imperyong
walang pagkatao.
nawa'y maihayag ang iyong lihim
na kahinaan.

Ang Naglalahong Paaralan

urira ko'y hindi mabusisi
ng diwa kong itinuring na
unsik –

laging untag ng mga matatanda
rito ang tungkol sa isang naglalahong
paaralan tuwing maliwanag,

marikit ito at malaki tuwing gabi,
ngunit sa tuwid kong isip,

ang paghahanap ko'y

ipagpapaliban muna...

Sa Pagitan ng Panulat at Alaala

laman ng aking mga panulat
ang mga nalalarong alaala
na iniligaw ko sa hikbi ng
kahapon.

ang makita kang
masaya at nakangiti ay sapat
na upang maibsan ang aking
lihim na pangungulila –

kahit minsan, hindi ako
naging maramot sa
pananalangin para sa iyo.

iyan ang tunay na pag-ibig,
sapagkat ako'y alipin
ng maamong langit.

Lakad

lumakad ka sa kawalan,
marahil siya'y nag-aantay doon,
ngunit huwag masyadong manabik,
sapagkat maaaring nilamon na ng
pagbabago ang lahat. lumakad at
umusad ka kahit malungkot, dahil
maaaring sa iyong pagpapatuloy
ay mahanap mo ang kaluluwang
para sa iyo —
sa iyong paglalakad ay siguradong
katatagpuin mo sa daan ang
tamang tao.

Kuwago

kasing gaan ng hangin,
kasing liksi ng lawin –
sa gabi ay matulin
kung naghahanap ng pagkain,
mga dugyot ay lalapain
kung gutom ay bibigyang
pansin.
ang kuwagong ito'y hindi
mabibitin,
kahit insekto'y kukurutin.

May Asul at Puti sa Sulok

Mga asul at puting bulaklak ang malayang
tumubo sa isang malutong na kahoy –

Ito'y itinumba ng panahon: nag-aantay sa
Panahon ng pagbabago, umusbong ang
Isang kariktan na parang himala mula sa
Sulok na yaon na aking sinipat.

Nagkaugat, nagkakulay, nagbago ng bihis.
Asahan nating sa mga hindi inaasahang sulok
Ay maaaring mahimlay ang isang kariktang
Bubungad sa lahat.

Ang lahat ng ito'y nangangailangan ng
Pag-aantay.

Traffic

traffic na pagkahaba-haba,
pumuwang sa isipan ang kandili
ng pasensya –
kung nababagot ka ay labanan ng
matimping pag-aantay,
sapagkat ang bawat naglalakbay
ay makararating din sa paroroonan.
ang kumpol-kumpol na mga ligaw
na sasakyan ay nagsisilbing hari sa
bawat linya, ngunit mainam na huwag
mag-unahan, sapagkat marapat na
kaligtasan ang isinasaisip sa mundong
ito na magulo kung minsan.

About the Author

John Harold O. Francisco

John Harold O. Francisco is a 29 year old DepEd Teacher living in Sta. Catalina, Zamboanga City. He's a graduate of Bachelor of Secondary Education in Filipino and currently finishing his graduate studies for Master of Arts in Education in Language Teaching - Filipino. He's been writing since 2015 and has been joining national literary competitions since then. He has been a Resource Speaker of the annual Division level Seminar - Workshop on the Development of Storybook organized by DepEd Zamboanga City Schools Division for two consecutive years, 2023 and 2024. He was the first ever Zamboangueño awardee for both the "Inspirational Poem of the Year" and "Creative Short Story of the Year" of the Third Instabright National Literary Awards held at Tagaytay City for his poem and short story. His debut book is a collection of his written poems entitled, "Naglalakbay din ang Aking mga Tula sa Mundo ng Kariktan". He is also one of the song composers of the Jesus Miracle Crusade International Ministry.

www.ingramcontent.com/pod-product-compliance
Lightning Source LLC
LaVergne TN
LVHW041638070526
838199LV00052B/3429